Impressum
Verlag: BABADADA GmbH, Nedderfeld 112 , 22529 Hamburg
Geschäftsführer / Verlagsleitung: Harald Hof
Druck: Books on Demand GmbH, In de Tarpen 42, 22848 Norderstedt

Imprint
Publisher: BABADADA GmbH, Nedderfeld 112 , 22529 Hamburg, Germany
Managing Director / Publishing direction: Harald Hof
Print: Books on Demand GmbH, In de Tarpen 42, 22848 Norderstedt, Germany

de School

ምህር ቤ

de Klassenstuuv
መማሪያ ክፍል
delen
ማካፈል
186/2
de Schoolhoff
የትምህርት ቤት ቅጥር ግቢ
de Tafel
ሰሌዳ
de Schoolmeester
መምህር
dat Papeer
ወረቀት
schrieven
መፃፍ
de Sticken
እስክሪብቶ
de Schrievdisch
መፃፊያ ጠረጴዛ
dat Lienholt
ማስመሪያ
dat Book
መጽሐፍ
de Schöler
ተማሪ

de Ranzel

የጀርባ ቦርሳ

de Feddermapp

የእርሳስ መያዣ

de Bleesticken

እርሳስ

de Scharpmaker

የእርሳስ መቅረጫ

dat Radeergummi

ላጲስ

de Tekenblock

የስዕል ደብተር

2 de School - ትምህርት ቤት

de Teken

ስዕል

de Pinsel

የቀለም ብሩሽ

de Malkassen

የቀለም ሳጥን

de Scheer

መቀስ

de Klever

ማጣበቂያ

dat Heft to'n Öven

መልመጃ ደብተር

de Huusopgaav

የቤት ስራ

12

de Tall

ቁጥር

2+2

tohooptellen

መደመር

5-2

aftrecken

መቀነስ

2×2

malnehmen

ማባዛት

reken

ቁጥሮችን ማስላት

A

de Bookstaav

ደብዳቤ

ABCDEFG HIJKLMN OPQRSTU VWXYZ

dat ABC

ፊደላት

hello

dat Woort

ቃል

de Text

ፅሑፍ

lesen

ማንበብ

de Kried

ጠመኔ

de Stunn

ትምህርት

dat Klassenbook

ምዝገባ

de Pröven

ፈተና

dat Tüügnis

ሰርተፊኬት

de Schooluniform

የትምህርት ቤት የደንብ ልብስ

de Utbillen

ትምህርት

dat Nakieksel

አዉደ ጥበብ

de Universität

ዩኒቨርስቲ

dat Mikroskop

የምርምር አጉሊ መሳርያ

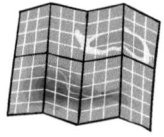

de Koort

ካርታ

de Papeerkorf

የቆሻሻ ወረቀት መጣያ ቅርጫት

dat Hotel
ሆቴል
de Harbarg
ማረፊያ ቤት
de Wesselstuuv
የዉጭ ገንዘብ ምንዛሪ ቢሮ
de Kuffer
ልብስ መያዣ ሻንጣ
dat Auto
መኪና

de Spraak

ቋንቋ

jo / ne

አዎ/ አይደለም

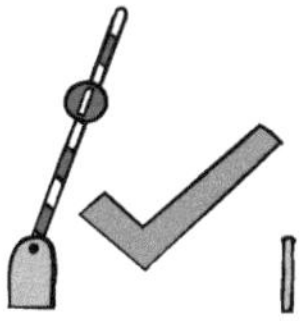

Jo

እሺ

Moin

ሰላም

de Översetter

አስተርጓሚ

Dank ok

አመሰግናለሁ

Wat kost...?

ስንት ነዉ.......?

Ik verstah nich

አልገባኝም

dat Problem

እክል

Goden Avend

እንደምን አመሹ!

Moin!

እንደምን አደሩ!

Gode Nacht!

መልካም ምሽት!

Tschüüs

ደህና ይሰንብቱ

de Richt

አቅጣጫ

de Bagaasch

ሻንጣ

de Tasch

ቦርሳ

de Rüchsack

የጀርባ ቦርሳ

de Gast

እንግዳ

de Stuuv

ክፍል

de Slaapsack

የመተኛ ቦርሳ

dat Telt

ድንኳን

e Touristeninformatschoon

....

የጎብኚዎች መረጃ

de Strand

....

የባህር ዳርቻ

de Kreditkoort

....

ክሬዲት ካርድ

dat Fröhstück

....

ቁርስ

dat Meddageten

....

ምሳ

dat Avendeten

....

እራት

de Fohrkort

....

ቲኬት

de Fohrstohl

....

አሳንሰር

de Breefmark

....

ማህተም

de Grenz

....

ድንበር

de Toll

....

ባህሎች

de Bottschop

....

ኤምባሲ

dat Visum

....

ቪዛ/የይለፍ ወረቀት

de Pass

....

ፓስፖርት

de Transport

መጓጓዣ

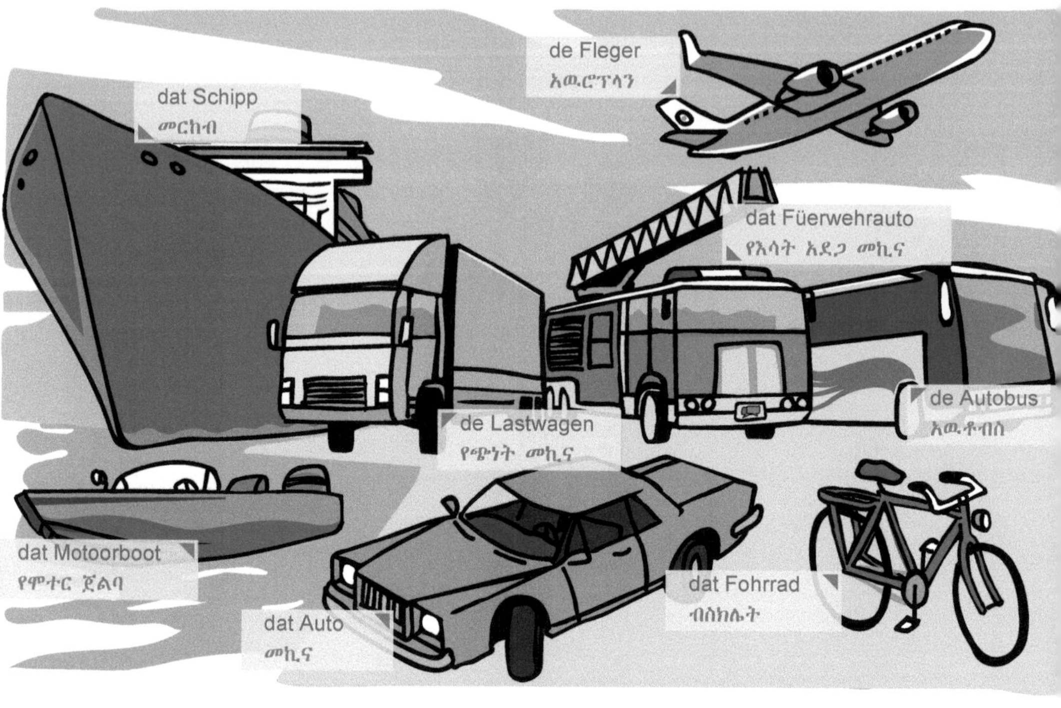
de Fleger
አውሮፕላን
dat Schipp
መርከብ
dat Füerwehrauto
የእሳት አደጋ መኪና
de Autobus
አውቶብስ
de Lastwagen
የጭነት መኪና
dat Motoorboot
የሞተር ጀልባ
dat Auto
መኪና
dat Fohrrad
ብስክሌት

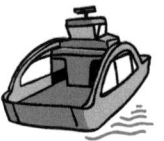

de Fähr

የማመላለሻ ጀልባ

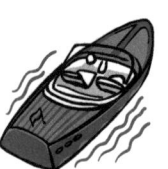

dat Boot

ጀልባ

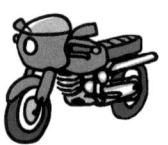

dat Motoorrad

የሞተር ብስክሌት

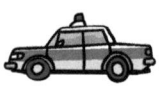

dat Polizeiauto

የፖሊስ መኪና

dat Rönnauto

የውድድር መኪና

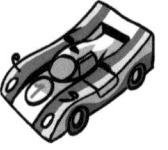

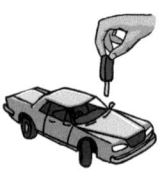

de Lehnwagen

የኪራይ መኪና

dat Carsharing

የመኪና መጋራት

de Afsleepwagen

ጎታች መኪና

dat Müllauto

የቆሻሻ ጭነት መኪና

de Motoor

ሞተር

de Kraftstoff

ነዳጅ

de Tanksteed

የቤንዚን ማደያ

dat Verkehrsschild

የመን ድ ምልክት

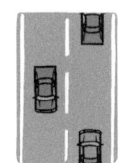

de Verkehr

የመኪኖች እንቅስቃሴ

de Stau

የመኪና መጨናነቅ

de Afstellplatz

የመኪና ማቆሚያ

de Bahnhoff

የባቡር ጣቢያ

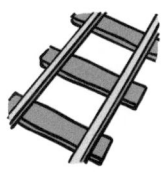

de Sporen

የባቡር ሀዲዶች

de Tog

ባቡር

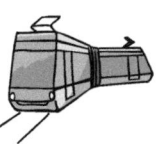

de Stratenbahn

የኤሌክትሪክ ባቡር

de Wagon

ሰረ ላ

de Dwarsmöhl

ሄሊኮፕተር

de Flooghaven

አየር ማረፊያ

de Tower

ማማ

de Fohrgast

መንገደኛ

de Grootkist

ማስቀመጫ፤ ማጠራቀሚያ

de Karton

ካርቶን እቃ ማሸጊያ

de Koor

ጋሪ፤ ተሳቢ

de Korf

ቅርጫት

starten / lannen

መነሳት/ ማረፍ

de Stadt

ከተማ

dat Dörp

መንደር

de Binnenstadt

የከተማ ማዕከል

dat Huus

ቤት

dat Kino
ሲኒማ
de Warf
ማስታወቂያ
de Stratenlatücht
የመንገድ ዳር መብራት
de Straat
መንገድ
dat Taxi
ታክሲ
de Kiosk
የቁርስ መቆያ ሱቅ
de Footgänger
እግረኛ
de Börgerstieg
ድንጋይ የተነጠፈበት የእግረኛ መንገድ
de Zebrastriepen
የእግረኛ መሻገሪያ
de Mülltunn
የቆሻሻ ማጠራቀሚያ
de Krüzen
ማቋረጫ
de Wessellücht
የትራፊክ መብራቶች

de Hütt

ጎጆ

de Wahnung

አፓርታማ

de Bahnhoff

የባቡር ጣቢያ

dat Raathuus

የከተማ አዳራሽ

dat Museum

ቤተ መዘክር

de School

ትምህርት ቤት

de Universität

ዩኒቨርስቲ

de Bank

ባንክ

dat Krankenhuus

ሆስፒታል

dat Hotel

ሆቴል

de Afteek

መድሐኒት ቤት

dat Büro

ቢሮ

de Bookhökerie

መፅሐፍ መሸጫ

de Hökerie

de Blomenhökerie

የአበባ መሸጫ

de Supermarkt

የሸቀጣ ሸቀጥ መደብር

de Markt

ገበ[illegible]ፍራ

dat Koophuus

መደብር

de Fischhökerie

የዓሳ ነጋዴ

dat Inkoopszentrum

የገበ[illegible]ዕከል

de Haven

ወደብ

de Parkanlaag

መናፈሻ ቦታ

de Bank

አግዳሚ ወንበር

de Brüch

ድልድይ

de Trepp

ደረጃዎች

de Ünnergrundbahn

ዉስጥ ለዉስጥ

de Tunnel

ዋሻ

de Busstoppsteed

የአዉቶቡስ ፌርማታ

de Bar

ባር

dat Spieslokal

ምግብ ቤት

de Breefkassen

የፖስታ ሳጥን

dat Stratenschild

የመንገድ ምልክት

de Parkklock

የመኪና ማቆሚያ ሒሳብ የሚያሰላ ማሽን

de Deertenpark

የደር እንስሳት ማቆያ

de Baadanstalt

የመዋኛ ገንዳ

de Moschee

መስጊድ

de Buernhoff

እርሻ

de Ümweltversmudden

የሚበክል ነገር

de Karkhoff

መቃብር ስፍራ

de Kark

ቤተ ክርስቲያን

de Speelplatz

መጫወቻ ሜዳ

de Tempel

ቤተ መቅደስ

---

de Landschop

መልከዓምድር

dat Blatt
ቅጠል

de Wiespahl
የመንገድ ላይ
ምልክት

de Weg
መንገድ

de Wisch
አረንጓዴ መስክ

de Steen
ድንጋይ

de Boom
ዛፍ

de Wannerer
በእግሩ የሚጓዝ

de Fluss
ወንዝ

dat Gras
ሳር

de Bloom
አበባ

dat Daal

ሸለቆ

de Barg

ኮረብታ

de See

ሀይቅ

dat Holt

ጫካ

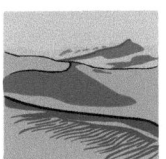

de Wööst

በረሃ

de Füerspien Barg

እሳተ ገሞራ

dat Slott

ግምብ

de Regenbagen

ቀስተ ዳመና

de Poggenstohl

እንጉዳይ

de Palm

የቴምብር ዛፍ/ ዘንባባ

de Steekmück

ቢንቢ./ የወባ ትንኝ

de Fleeg

በራሪ

de Miegeemk

ጉንዳን

de Imm

ንብ

de Spinn

ሸረሪት

de Sebber

ጢንዚዛ

de Pogg

እንቁራሪት

de Katteker

ሽኮኮ

de Swienegel

ጃርት

de Haas

ጥንቸል

de Uul

ጉጉት ወፍ

de Vagel

ወፍ

de Swaan

የዉሃ ዳክዬ

dat Wildswien

ከርከሮ

de Hirsch

አጋዘን

de Elk

አጋዘን

de Staudamm

ግድብ

dat Windrad

በነፋስ የሚሽከረከር

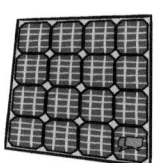

dat Solarmodul

የፀሀይ ፓኔሎ

dat Klima

አየር ንብረት

dat Spieslokal

ምግብ ቤት

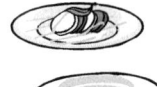

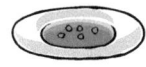

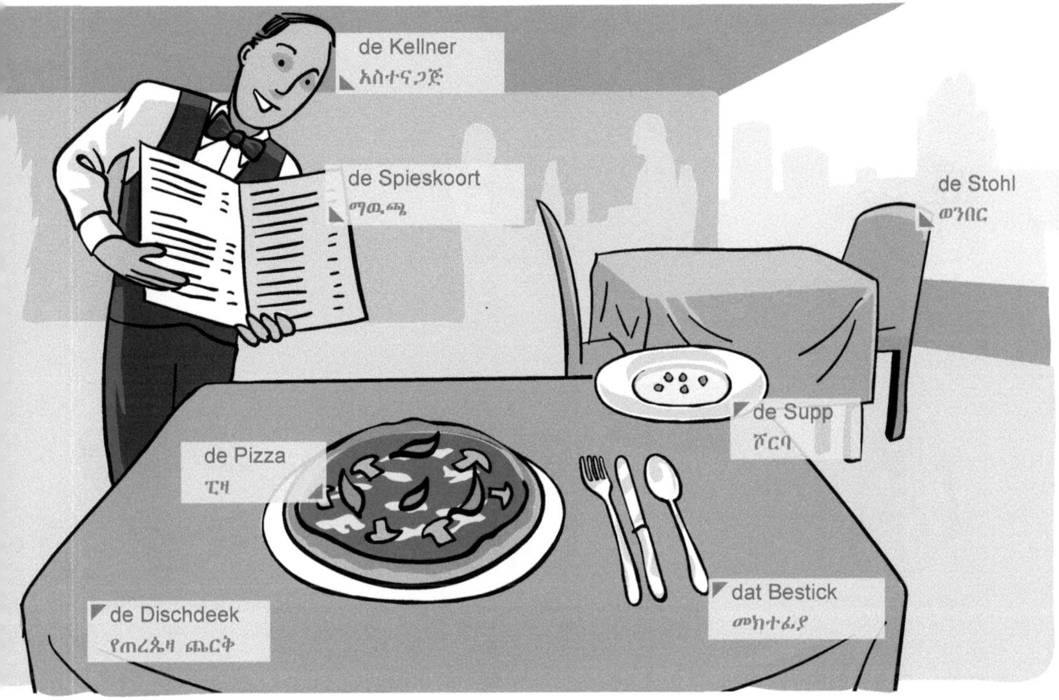
de Kellner
አስተናጋጅ
de Spieskoort
ማውጫ
de Stohl
ወንበር
de Supp
ሾርባ
de Pizza
ፒዛ
dat Bestick
መክተፊያ
de Dischdeek
የጠረጴዛ ጨርቅ

de Vörspies

የምግብ ፍላጎትን የሚከፍት ምግብ

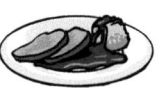

dat Hauptteten

ዋና ምግብ

de Nadisch

ማጣጣሚያ ተከታይ ምግብ

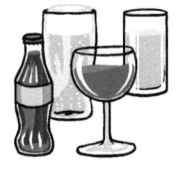

de Drünk

መጠጦች

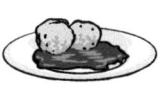

dat Eten

ምግብ

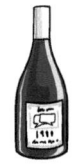

de Buddel

ጠርሙስ

dat Fastfood

ፈጣን ምግብ

dat Strateneten

የመንገድ ምግብ

de Teekann

የሻይ ማንቆርቆሪያ

de Zuckerdoos

የስኳር እቃ

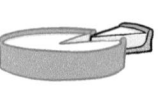

de Portschoon

ድርሻ

de Espressomaschien

የቡና ማፊያ ማሽን

de Hoochstohl

ባለጌ ወንበር

de Reken

የክፍያ ደረሰኝ

dat Tablett

ትሪ

dat Mess

ቢላዋ

de Gavel

ሹካ

de Lepel

ማንኪያ

de Teelepel

የሻይ ማንኪያ

dat Munddook

ልብስ ምግብ እንዳይነካ የሚረዳ ጨርቅ

dat Glas

ብርጭቆ

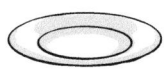

de Töller

....

ዝርግ ሰሀን

de Suppentöller

....

የሾርባ ጎድጓዳ ሰሀን

de Ünnertass

....

የስኒ ማስቀመጫ

de Sooß

....

ማጣፈጫ ስጎ

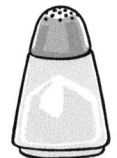

de Soltstreuer

....

የጨዉ እቃ

de Pepermöhl

....

የተፈጨ ቃሪያ

de Etig

....

ኮምጣጤ

dat Ööl

....

የምግብ ዘይት

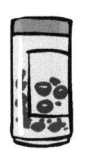

de Krüder

....

ቀመማ ቅመሞች

de Ketchup

....

የቲማቲም ድልህ

de Mostrich

....

ሰናፍጭ

de Mayonnaise

....

ማዮኒዝ

de Supermarkt

የሸቀጣ ሸቀጥ መደብር

dat Anbott
ልዩ አቅራቦት
de Kunn
ደምበኛ
FOR
de Melkprodukten
የወተት ተዋፅዖ
dat Aaft
ፍራፍሬ
de Inkoopswagen
ባለ ጎማ የእጅ ጋሪ

de Slachterie

ሉካንዳ ነጋዴ

de Bäckerie

መጋገሪያ

wegen

ክብደት መመዘን

de Gröönsaken

ቅጠላ ቅጠል አትክልት

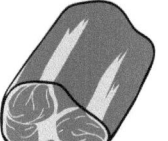

dat Fleesch

ስጋ

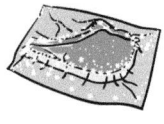

de Deepköhlkost

የቀዘቀዘ/የረጋ ምግብ

de Opsnitt

ቀዝቃዛ ቁራጭ

de Konserven

የታሸገ ምግብ

de Waschmiddel

የማጠቢያ ዱቄት

de Snoopkraam

ጣፋጮች

de Huushooltssaken

የቤት ዉስጥ ዉጤቶች

de Reinmaaktüüch

የፅዳት ምርቶች

de Verköpersche

የሽያጭ ባለሙያ

de Kass

የገንዘብ መመዝቢያ ማሽን

de Kasserer

የሒሳብ ሰራተኛ

de Inkoopslist

የግዢ ዝርዝር

de Opsparrtieden

ክፍት ሰዓታት

de Breeftasch

የኪስ ቦርሳ

de Kreditkoort

ክሬዲት ካርድ

de Tasch

ቦርሳ

de Plastiktüüt

የፕላስቲክ ቦርሳ

de Drünk

መጠጦች

dat Water

ውሃ

de Saft

ጭማቂ

de Melk

ወተት

de Cola

ኮካ-ኮላ

de Wien

ወይን

dat Beer

ቢራ

de Spriet

አልኮል

de Kakao

ኮካ

de Tee

ሻይ

de Koffie

ቡና

de Espresso

የተፈላ ቡና

de Cappucino

ካፑቺኖ

de Banaan

....

ሙዝ

de Appel

....

ፖም

de Appelsien

....

ብርቱካን

de Meloon

....

ሀብሀብ

de Zitroon

....

ሎሚ

de Wöttel

....

ካሮት

de Knuuvlook

....

ነጭ ሽንኩርት

de Bambus

....

ሸምበቆ

de Zibbel

....

ቀይ ሽንኩርት

de Poggenstohl

....

እንጉዳይ

de Nööt

....

ለዉዝ

de Nudeln

....

የህፃናት ምግብ

de Spaghetti

....

ፓስታ

de Ries

....

ሩዝ

de Salat

....

ሰላጣ

de Pommes frites

....

የድንች ጥብስ

de Braadkantüffeln

....

ድንች ጥብስ

de Pizza

....

ፒዛ

de Hamborger

....

ዳቦ ዉስጥ በስሱ ተጠብሶ የገባ ስጋ

dat Sandwich

....

ሳንድዊች

dat Snitzel

....

ጥሬ ስጋ

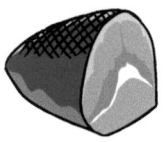

de Schinken

....

የአሳማ ስጋ

de Salami

....

በቅመምና በጨዉ የታሸ ምግብ ቀዝቅዞ የሚበላ ሾርባ ምግብ

de Wust

....

ቋሊማ

dat Hohn

....

ዶሮ

de Braden

....

ጥብስ

de Fisch

....

አሳ

de Haverflocken

የአጃ ገንፎ

dat Müsli

ከወተት ጋር ተደባልቀዉ የሚበሉ ምግቦች

de Cornflakes

የበቆሎ ቅርፊት

dat Mehl

ዱቄት

de Croissant

ኩራሳ

dat Rundstück

ድብልብል ዳቦ

dat Broot

ዳቦ

dat Toast

መጥበስ

de Keksen

ብስኩት

de Botter

ቅቤ

de Quark

እርጎ

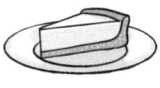

de Koken

ኬክ

dat Ei

እንቁላል

dat Spegelei

እንቁላል ጥብስ

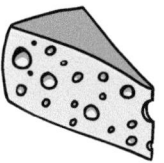

de Kees

አይብ

de Ies
....
የበረዶ ክሬም

de Zucker
....
ስኳር

de Honnig
....
ማር

de Marmelaad
....
ማርማላት

de Nougat-Creme
....
የተናጠ የወተት ክሬም

dat Curry
....
ማጣፈጫ

dat Buernhuus
የገበሬ ቤት

de Schüün
የእህልና የከብት ማቀመጫ
ቤት

dat Peerd
ፈረስ

de Strohballen
የጭድ ክምር

dat Feld
ሜዳ

de Hänger
ተሳቢ መኪና

dat Fahlen
የፈረስ ዉርንጭላ

de Trecker
የእርሻ መኪና

de Esel
አህያ

dat Lamm
የበግ ጠቦት

dat Schaap
በግ

de Zeeg

ፍየል

de Koh

ላም

dat Kalf

ጥጃ

dat Swien

አሳማ

dat Farken

ግልገል አሳማ

de Bull

ኮርማ

de Goos

ዝይ

de Aant

ዳክዬ

dat Küken

የዶሮ ጫጩት

dat Hohn

ዶር

de Hahn

አዉራ ዶሮ

de Rott

አይጥ

de Katt

ድድመት

de Muus

አይጥ

de Oss

በሬ

de Hund

ዉሻ

de Hunnenhütt

የዉሻ ቤት

de Goornslauch

የአትክልት ቦታ

de Geetkann

ዉሃ ማጠጫ ባልዲ

de Lee

ረጅም ማጭድ

de Ploog

ማረሻ

de Sich

ማጭድ

de Hack

መኮትኮቻ

de Mestfork

የእህል መንሽ

de Ext

መጥረቢያ

de Schuufkoor

ኩርኩር/ የእጅ ጋሪ

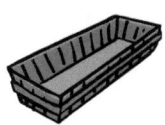

de Trog

ገንዳ

de Melkkann

የወተት ዕቃ

de Sack

ጆንያ ከረጢት

de Tuun

አጥር

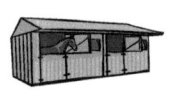

de Stall

የፈረስ ጋጣ

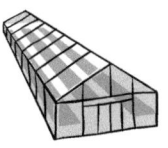

dat Drievhuus

ዕፅዋት ማሳደጊያ የመስታዉት
ቤት

de Bodden

አፈር

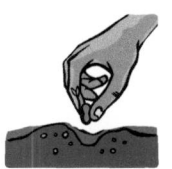

de Saat

ዘር

de Dünger

የመሬት ማዳበሪያ

de Meihdöscher

ጥምር ማረሻ

oornen

አዝመራ መሰብሰብ

de Oorn

አዝመራ

de Yamswöttel

ድንች

de Weten

ስንዴ

dat Soja

ሶያ

de Kantüffel

ድንች

de Törksche Weten

በቆሎ

de Rapp

የከብት መኖ

de Aaftboom

የፍሬ ዛፍ

de Troopsch Kantüffel

የካሳቫ ዛፍ

dat Koorn

እህል

dat Huus

ቤት

de Schosteen
የጪስ ማዉጫ
dat Dack
de Regenrönn
dat Finster
መስኮት
de Garaasch
ጋራዥ
de Döörklock
የበር ደወል
de Döör
በር
de Müllemmer
የቆሻሻ ማጠራቀሚያ
de Breefkassen
ፖስታ ሳጥን
de Goorn
የአትክልት ቦታ

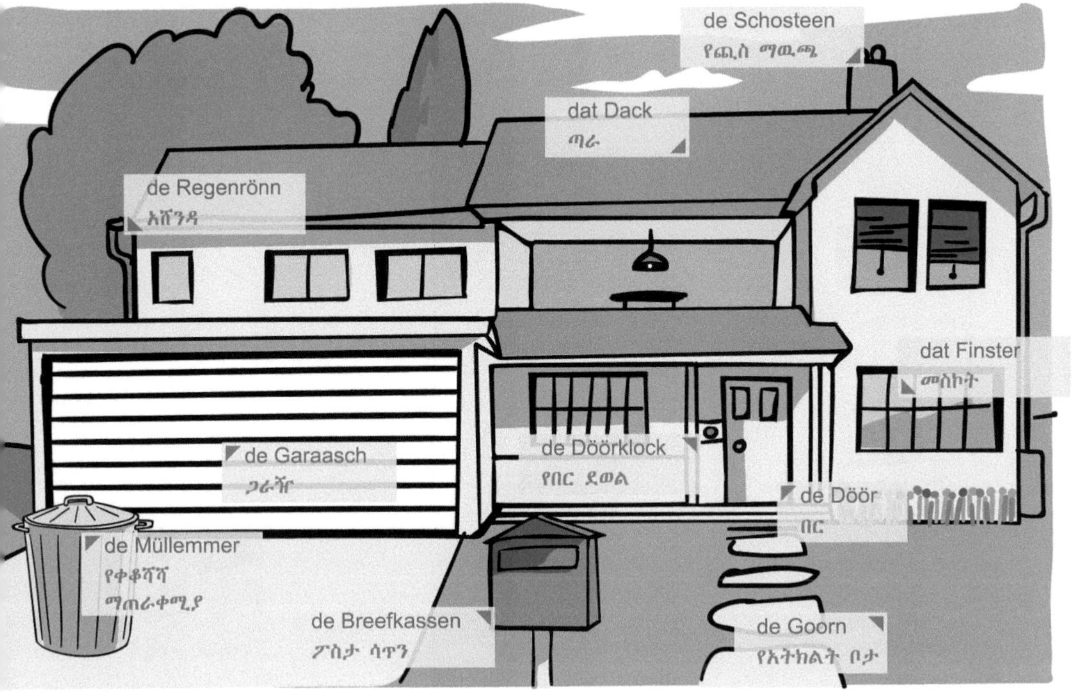

de Wahnstuuv

ሳሎን

de Baadstuuv

መታጠቢያ ቤት

de Köök

ማድቤት

de Slaapstuuv

መኝታ ቤት

de Kinnerstuuv

የልጅ ክፍል

de Eetstuuv

መመገቢያ ክፍል

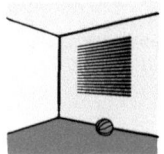

de Footbodden

ወለል

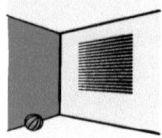

de Wand

ግድግዳ

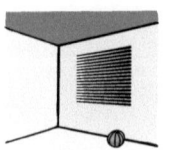

de Deek

ጣሪያ

de Keller

ምድር ቤት

dat Hittluftbad

በእንፋሎት ሙቀት መታጠቢያ ቤት

de Balkon

ሰገነት

de Terrass

ከፍ ያለ መደብ

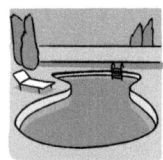

dat Swümmbad

የመዋኛ ገንዳ

de Rasenmeiher

የማጨጃ መኪና

de Bettbetog

አንሶላ

de Bettdeek

የአልጋ ልብስ

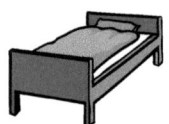

de Puuch

አልጋ

de Bessen

መጥረጊያ

de Emmer

ባልዲ

de Schalter

ማብሪያና ማጥፊያ

de Wahnstuuv

ሳሎን

de Tapeet
የግድግዳ ወረቀት
dat Bild
ፎቶ
de Lamp
መብራት
dat Regal
መደርደሪያ
dat Schapp
ቁም ሳጥን፤ ካቢኔ
de Kiekkassen
de Kamin
የእሳት መሞቂያ
de Bloom
አበባ
dat Küssen
ትራስ
dat Sofa
ሶፋ
de Vaas
የአበባ ማስቀመጫ
de Feernbedenen
ሪሞት ኮንትሮል

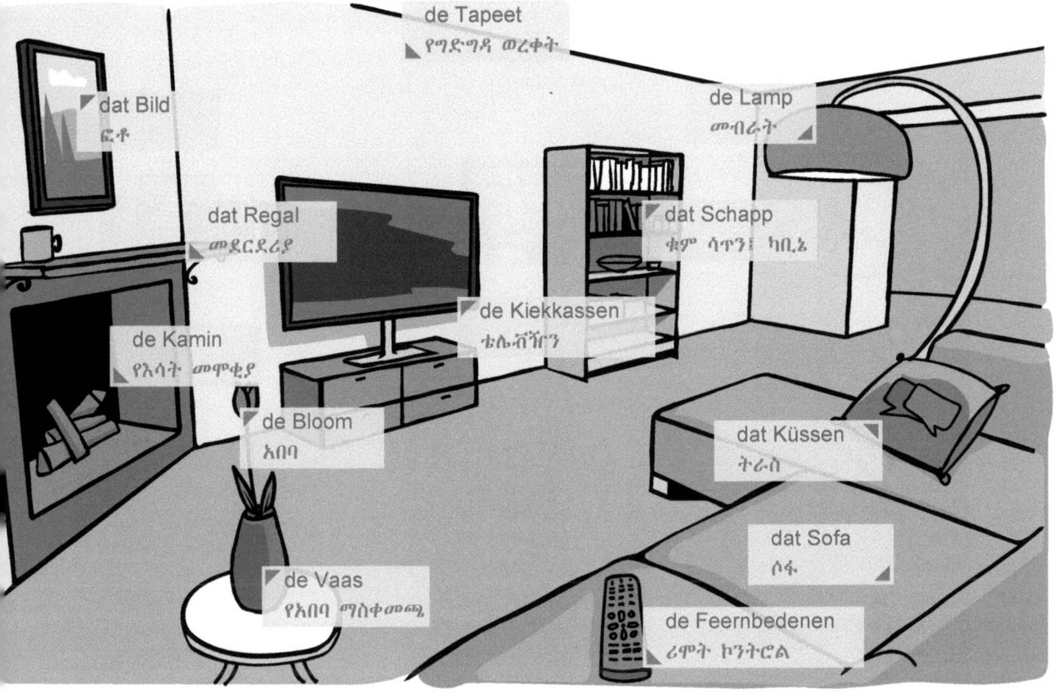

de Teppich

ንጣፍ

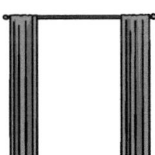

de Vörhang

መጋረጃ

de Disch

ጠረጴዛ

de Stohl

ወንበር

de Schuckelstohl

ተወዛዋዥ ወንበር

de Sessel

ባለመደገፊያ ወንበር

dat Book

መጽሐፍ

de Deek

ብርድ ልብስ

de Dekoratschoon

ጌጥ

dat Füerholt

ማገዶ

de Film

ፊልም

de Stereoanlaag

የሙዚቃ መማጫወቻ

de Slötel

ቁልፍ

dat Narichtenblatt

ጋዜጣ

dat Gemälde

ስዕል

dat Poster

የተለጠፈ ማስታወቂያ እንደ ስዕል

dat Radio

ራዲዮ

de Opschrievblock

ማስታወሻ ደብተር

de Huulbessen

የአየር ማፅጃ ለምንጣፍ

de Kaktus

ቁልቋል

de Kars

ሻማ

de Köök

ማድቤት

dat Köhlschapp
ማቀዝቀዣ
de Mikrowell
ማይክሮዌቭ ምግብ ማብሰያ
de Kökenwaag
የኩሽና መመዘኛ ሚዛን
de Toaster
ዳቦ መጥበሻ
dat Reinmaakmiddel
ንፁህ ማድረጊያ
de Backaven
ምድጃ
dat Gefreerfack
ማቀዝቀዣ
de Müllemmer
የቆሻሻ ማጠራቀሚያ
de Opwaschmaschien
እቃ ማጠቢያ

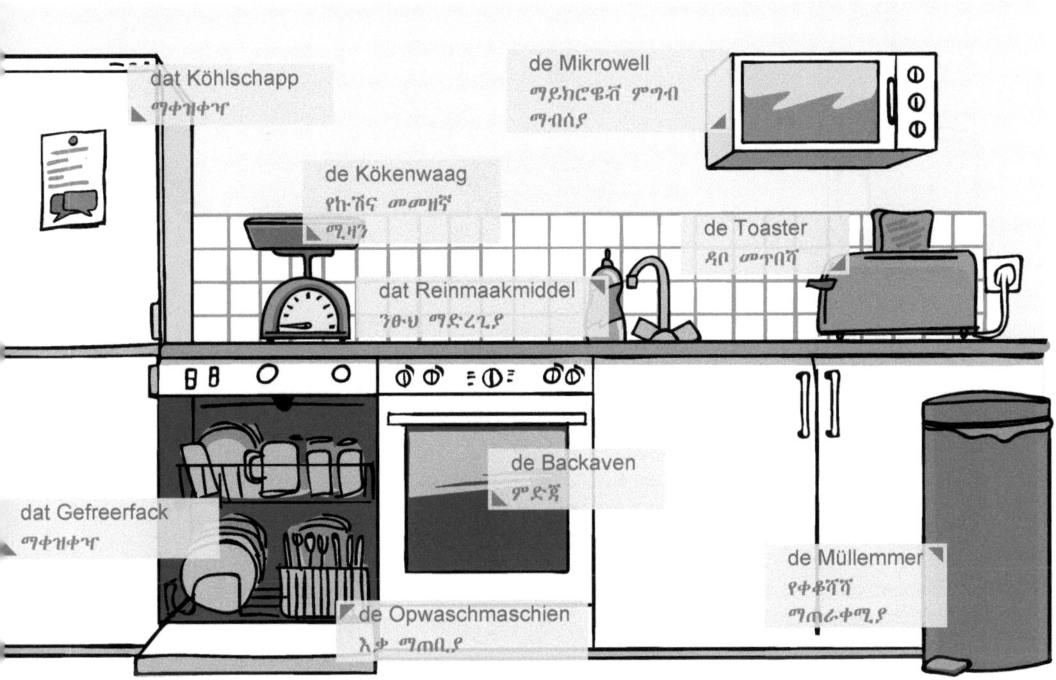

de Heerd

ምግብ አብሳይ

de Pott

ማሰሮ

de Gussiesern Putt

የብረት ማሰሮ

de Wok / Kadai

ምግብ ማብሰያ ዝርግ ድስት

de Pann

የምግብ መጥበሻ

de Waterkaker

ማንቆርቆሪያ

de Dampkaakputt

....

የእንፋሎት ማብሰያ

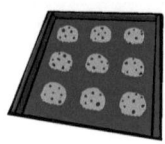

dat Backblick

....

የመጋገሪያ ትሪ

dat Geschirr

....

ሰብስቦች

de Beker

....

ትልቅ ኩባያ

de Schaal

....

ጎድጓዳ ሳህን

de Eetsticken

....

ቾፕስቲክስ

de Suppenkell

....

ጭልፋ

de Pannenwenner

....

መሰቅሰቂያ ዝርግ ማንኪያ

de Sneebessen

....

ማደባለቂያ

dat Kaakseef

....

መወጠሪያ

dat Seef

....

ወንፊት

de Riev

....

መፈርፈሪያ መሳሪያ

de Mörser

....

ሲሚንቶ

de Grill

....

የፍም ጥብስ

de Füerstell

....

የተለቀቀ እሳት

dat Sniedbrett

መክተፊያ

dat Nudelholt

ተንሸራታች መርፌ

de Proppentrecker

የጠርሙስ መክፈቻ

de Doos

ጣሳ

de Dosenaapner

የጣሳ መክፈቻ

de Pottlappen

የማሰሮ መሸፈኛ

dat Waschbecken

ሳህን ማጠቢያ

de Böst

ብሩሽ

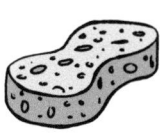

de Swamm

ስፖንጅ

de Mixer

መደባለቂያ መሳሪያ

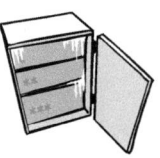

dat Iesschapp

በጣም ማቀዝቀዣ

de Nuckelbuddel

ጡጦ

de Waterhahn

ቧንቧ

de Baadstuuv

መታጠቢያ ቤት

de Heizung
ማሞቂያ
dat Handdook
ፎጣ
de Bruus
መታጠቢያ
de Bruusvörhang
የመታጠቢያ ቤት መጋረጃ
dat Schuumbad
የአረፋ መታጠቢያ
de Baadwann
የመታጠቢያ ገንዳ
dat Glas
ብርጭቆ
de Waschmaschien
የልብስ ማጠቢያ
de Waterhahn
ቧንቧ
de Fliesen
de lütte Putt
ፖፖ
dat Waschbecken
ሳህን ማጠቢያ

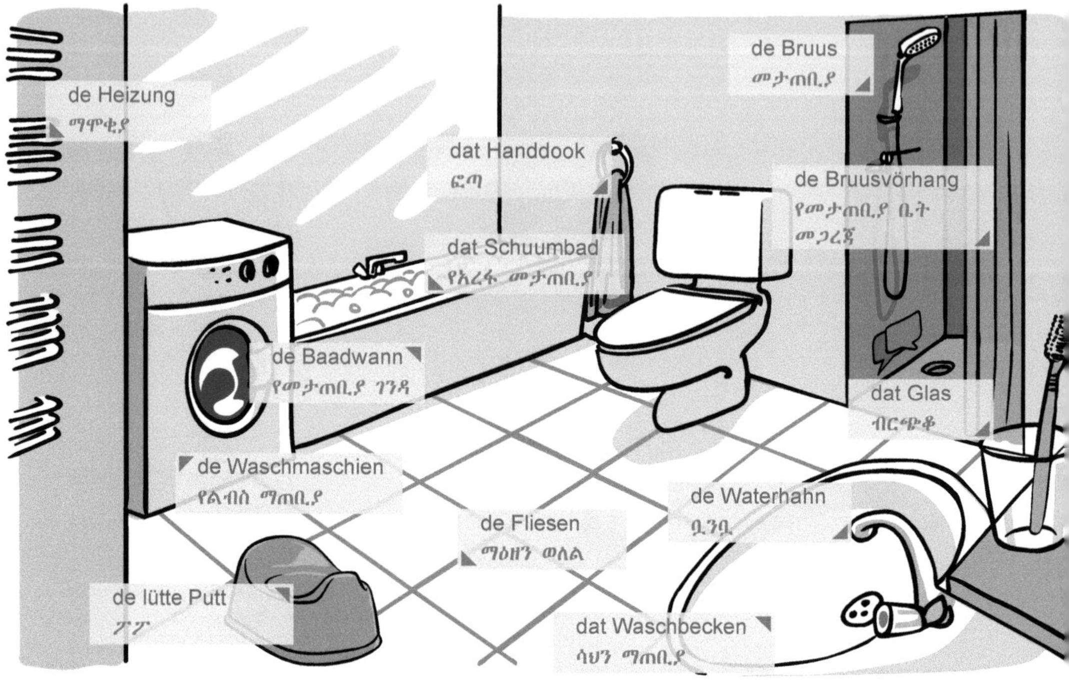

de Tante Meier

ሽንት ቤት

de Hockklo

የሽንት ቤት መቀመጫ

dat Bidet

ሳፋ

dat Miegbecken

የመንገድ ዳር መሸኛ

dat Klopapeer

የሽንት ቤት ወረቀት

de Kloböst

የሽንት ቤት ማፀጃ ብሩሽ

de Tähnböst

የጥርስ ብሩሽ

de Tähnpast

የጥርስ ሳሙና

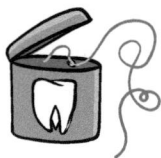

de Tähnsied

የጥርስ ማፅጃ ክር

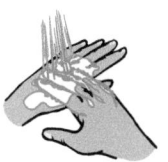

waschen

መታጠብ

de Handbruus

የእጅ መታጠቢያ

de Intimbruus

መታጠቢያ

de Waschschöttel

ጎድጓዳ ሳህን

de Rüchböst

የጀርባ ብሩሽ

de Seep

ሳሙና

dat Bruusgeel

መታጠቢያ የሚዝለገለግ ሳሙና

dat Hoorwaschmiddel

የፀጉር መታጠቢያ ሳሙና

de Waschlappen

ለስላሳ ጨርቅ

de Afloop

ፍሳሽ

de Creme

ክሬም

dat Deodorant

ጠረን መቀየሪያ ንጥረ ነገር

de Spegel

መስታወት

de Kosmetikspegel

የእጅ መስታወት

de Raserer

ምላጭ

de Raseerschuum

የመላጫ አረፋ

dat Raseerwater

ከመላጨት በኋላ የሚቀባ ሽቱ

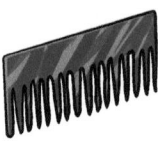

de Kamm

ማበጠሪያ

de Böst

ብሩሽ

de Hoordröger

የፀጉር ማድረቂያ

dat Hoorspray

በፀጉር ላይ የሚነፋ

de Smink

የፊት መቀባቢያ

de Lippensticken

የከንፈር ቀለም

de Nagellack

የጥፍር ቀለም

de Watt

የጥጥ ሱፍ

de Nagelscheer

ጥፍር መቁረጫ

dat Rüükwater

ሽቶ

de Kulturbüdel

....

ማጠቢያ ባልዲ

de Schemel

....

መቀመጫ

de Waag

....

ሚዛን

de Baadmantel

....

የመታጠቢያ ልብስ

de Gummihanschen

....

የላስቲክ ጓንት

de Tampon

....

ሞዴስ

de Damenbinn

....

የፅዳት ፎጣ

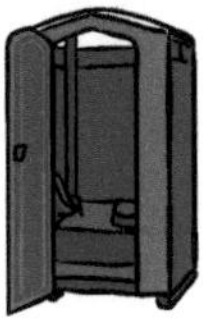

dat Chemieklo

....

የሽንት ቤት ኬሚካል

de Kinnerstuuv
የልጅ ክፍል

de Wecker
dat Knudeldeert
የህፃን አሻንጉሊት
dat Speeltüüchauto
የመጫወቻ መኪና
de Klöter
ማንገጫገጫ መጫወቻ
dat Poppenhuus
የአሻንጉሊት ቤት
dat Geschenk
ስጦታ

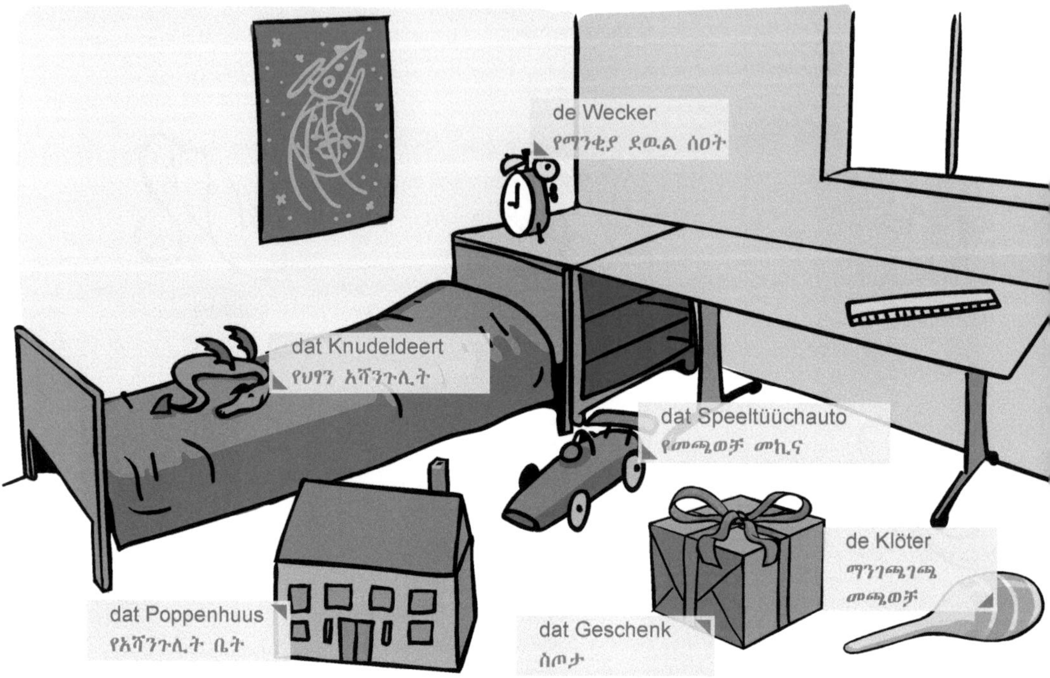

de Luftballon

ፊኛ

de Puuch

አልጋ

de Kinnerwagen

የህፃን ማንሸራሸሪያ ጋሪ

dat Koortenspeel

የካርታ መጫወቻ

dat Puzzle

ቁርጥራጭ ምስሎችን የማገጣጠም እና ምስል የማግኘት ጨዋታ

de Billergeschicht

አዝናኝ

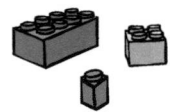

de Legostenen

ተገጣጣሚ መጫወቻ

de Bustenen

የመጫወቻ መገጣጠሚያዎች

de Action-Figur

የድርጊት ምስል

de Strampelantog

የህፃን እድገት

de Frisbeeschiev

የፕላስቲክ መጫወቻ ዝርግ ሰሀን

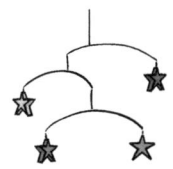

dat Mobile

ተወዛዋዥ የህፃን ማጫወቻ

dat Brettspeel

የሰሌዳ ጨዋታ

de Wörpel

የመጫወቻ ጠጠር

de Modelliesenbahn

የመጫወቻ ባቡር

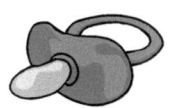

de Snuller

የእንጀራ እናት ጡጦ

de Party

ድግስ

dat Billerbook

የስዕል መፅሀፍ

de Ball

ኳስ

de Popp

አሻንጉሊት

spelen

መጫወት

de Sandkassen

የአሸዋ መጫወቻ

de Schuckel

ዥዋዥዌ

dat Speeltüüch

መጫወቻዎች

de Speelkonsool

የቪዲዮ መጫወቻ

dat Dreerad

ባለ ሶስት ጎማ ብስክሌት

de Teddyboor

የአሻንጉሊት ድብ

dat Klederschapp

ቁምሳጥን

dat Tüüch

አልባሳት

de Socken

ካልሲዎች

de Strümp

ስቶኪንጎች

de Strumpbüx

ታይት

dat Halsdook
የአንገት ልብስ

de Paraplü
ዣንጥላ

dat T-Shirt
ከናቴራ

de Liefreem
ቀበቶ

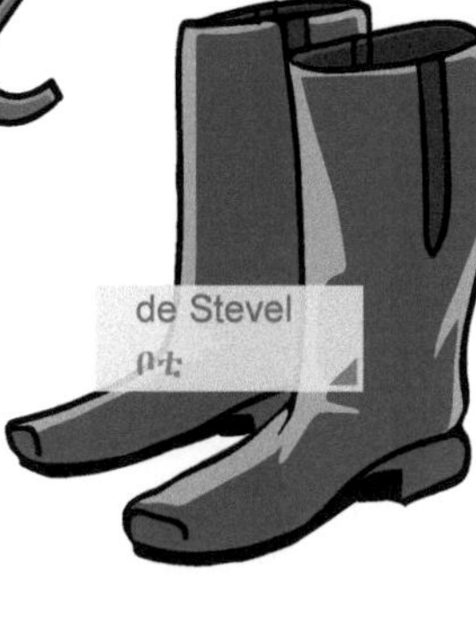

de Stevel
ቡቲ

de Turnschoh
ስኒከሮች

de Puuschen
የቤት ዉስጥ ነጠላ ጫማ

de Sandalen

ነጠላ ጫማዎች

de Schoh

ጫማዎች

de Gummistevel

የዝናብ ቡትስ

de Ünnerbüx

ሙታንታ

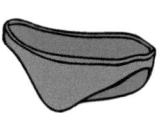

de Bostholler

ጡት መያዣ

dat Ünnerhemd

ሰደርያ

de Lief

ሰዉነት

de Büx

ሱሪዎች

de Jeansnüx

ጅንስ

de Rock

ጉርድ ቀሚስ

de Bluus

ሸሚዝ

dat Hemd

ሸሚዝ

de Pullover

የሚጠለቅ ሹራብ

de Kapuzenpullover

ሹራብ

de Blazer

ዩኒፎርም ጃኬት

de Jack

ጃኬት

de Mantel

ኮት

de Övertrecker

የዝናብ ኮት

dat Kostüm

ልብስ

dat Kleed

ቀሚስ

dat Hochtietskleed

የሙሽራ ቀሚስ

de Antog

ሱፍ

dat Nachtkleed

የለሊት ልብስ

de Slaapantog

የለሊት ልብስ

de Sari

ረጅም ቀሚስ

dat Koppdook

ሂጃብ

de Turban

ጥምጣም

de Burka

ቡርቃ

de Kaftan

ሽርጥ

de Abaya

አባያ

de Baadantog

የዋና ልብስ

de Baadbüx

አጭር ቁምጣ

de Korte Büx

ቁምጣዎች

de Antog to'n Öven

የስራ ቱታ

de Schört

ሽርጥ

de Handschoh

ጓንት

de Knopp

....

ቁልፍ

de Brill

....

መነፅር

dat Armband

....

አምባር

de Halskeed

....

የአንገት ሀብል

de Ring

....

ቀለበት

de Ohrbummel

....

የጆሮ ጌጥ

de Mütz

....

ኮፍያ

de Klederbögel

....

የኮት መስቀያ

de Hoot

....

ኮፍያ

de Binner

....

ከረቫት

de Rietslüter

....

ዚፕ

de Helm

....

የብረት ቆብ

dat Drachtband

....

መደገፊያ

de Schooluniform

....

የትምህርት ቤት የደንብ ልብስ

de Uniform

....

የደንብ ልብስ

de Severböten

መሀረብ

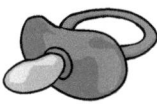

de Snuller

የእንጀራ እናት ጡጦ

de Winnel

ሽንት ጨርቅ

dat Büro

ቢሮ

de Server
ማስራጭ ጣቢያ

dat Aktenschapp
የፋይል መደርደሪያ
ካቢኔ

de Drucker
የህትመት መሳሪያ

de Bildschirm
መቆጣጠሪያ

dat Papeer
ወረቀት

de Schrievdisch
መጻፊያ ጠረጴዛ

de Muus
ማውዝ

de Orner
ማህደር

dat Knoopboord
የመጻፊ ቁልፎች

de Papeerkorf
የቆሻሻ ወረቀት መጣያ
ቅርጫት

de Computer
ኮምፒዉተር

de Stohl
ወንበር

de Koffiebeker

የቡና መጠጫ ትልቅ ኩባያ

de Taschenreekner

ማስሊያ ማሽን

dat Internet

ኢንተርኔት

de Klappreekner

ላፕቶፕ

de Breef

ደብዳቤ

de Naricht

መልዕክት

de Ackersnacker

ተንቀሳቃሽ ስልክ

dat Nettwark

የግንኙነት አዉታር

de Kopeerapparat

ማባዣ ማሽን

de Software

ሶፍትዌር

de Klöönkassen

ስልክ

de Steekdoos

የግድግዳ ሶኬት

de Faxapparat

የፋክስ ማሽን

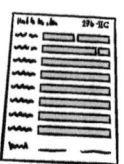

dat Formulor

ቅፅ

dat Dokument

ሰነድ

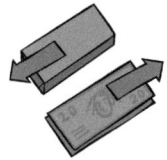

köpen

መግዛት

betahlen

መክፈል

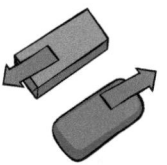

hanneln

መነገድ

dat Geld

ገንዘብ

de Dollar

ዶላር

de Euro

ዩሮ

de Yen

የን

de Ruvel

ሩብል

de Swiezer Franken

የስዊዝ ፍራንክ

de Renminbi Yuan

ሬንሚንቢ ዩዋን

de Rupie

ሩጲ

de Geldautomat

የገንዘብ ነጥብ

de Wesselstuuv

የዉጭ ገንዘብ ምንዛሪ ቢሮ

dat Gold

ወርቅ

dat Sülver

ብር

dat Ööl

ዘይት

de Energie

ሀይል፤ ጉልበት

de Pries

ዋጋ

de Verdrag

ግንኙነት

de Stüer

ቀረጥ

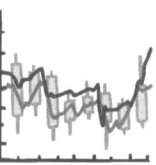

de Andeelschien

አክስዮን

arbeiden

መስራት

de Anstellte

ተቀጣሪ

de Arbeitgever

ቀጣሪ

de Fabrik

ፋብሪካ

de Hökerie

ሱቅ

de Profeschonen

የስራ ሙያዎች

de Wachtmeester
de Füerwehrmann
የእሳት አደጋ ሰራተኛ
de Kock
ምግብ አብሳይ
de Dokter
ዶክተር
de Fleger
አብራሪ

de Goorner

አትክልተኛ

de Discher

አናጢ

de Neihersche

ልብስ ሰፊ ሴት

de Richter

ዳኛ

de Chemiker

ቀማሚ

de Schauspeler

ተዋናይ

de Busfohrer

....

የአዉቶቢስ ሹፌር

de Taxifohrer

....

የታክሲ ሹፌር

de Fischer

....

አሳ አጥማጅ

de Reinmaakfru

....

ፅዳት ሰራተኛ

de Dackdecker

....

የጣራ ሰራተኛ

de Kellner

....

አስተናጋጅ

de Jäger

....

አዳኝ

de Maler

....

ሰዓሊ

de Bäcker

....

ጋጋሪ

de Elektriker

....

የኤሌትሪክ ሰራተኛ

de Buarbeider

....

ገም ቢ

de Ingenieur

....

መሃሃዲስ

de Slachter

....

ልኳንዳ

de Klempner

....

የቧንቧ ሰራተኛ

de Postbüdel

....

የፖስታ ሰራተኛ

de Suldat

ወታደር

de Architekt

መሃንዲስ

de Kasserer

የሒሳብ ሰራተኛ

de Florist

አበባ ሻጭ

de Putzbüdel

የፀጉር ሰራተኛ

de Schaffner

ቲኬት ቆራጭ

de Mechaniker

መካኒክ

de Kaptein

ካፒቴን

de Tähndokter

የጥርስ ሐኪም

de Wetenschopler

ተመራማሪ

de Rabbi

መምህር

de Imam

የሙስሊም ሃይማኖታዊ መሪ

de Mönk

መነኩሴ

de Paap

ካህን

dat Warktüüch
መሳሪያዎች

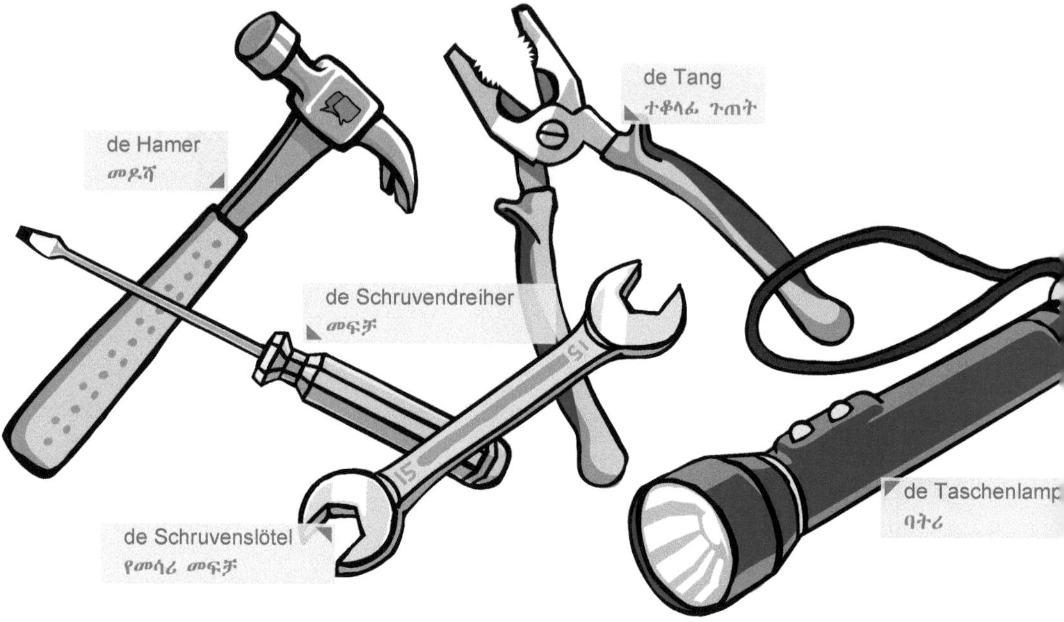

de Hamer
መዶሻ

de Tang
ተቆላፊ ጉጠት

de Schruvendreiher
መፍቻ

de Schruvenslötel
የመሳሪ መፍቻ

de Taschenlamp
ባትሪ

de Grieper

በቁፋሮ የሚዝቅ

de Warktüüchkassen

የመፍቻ ሳጥን

de Ledder

መሰላል

de Saag

መጋዝ

de Nagels

ምስማር

de Bohrer

መሰርሰሪያ

heelmaken

መጠገን

de Schüffel

አካፋ

Schiet!

የተረገመ!

dat Kehrblick

ቆሻሻ ማፈሻ

de Farvpott

የቀለም ቆርቆሮ

de Schruven

ብሎን

de Musikinstrumenten

የሙዚቃ መሳሪያዎች

de Luutsnacker
የድምፅ ማጉያ መሳርያ
dat Slagtüüch
የከበሮ መሳሪያዎች
de Rietfiedel
ክራር መሰል የሙዚቃ መሳሪያ
de Bass-Vigelien
ድርብ ቤዝ ጊታር
de Trumpeet
የትንፋሽ ሙዚቃ መሳሪያ

dat Klaveer

ፒያኖ

de Vigelien

ቫዮሊን

de Bass

ወፍራም፣ ጎርናና ድምፅ ያለዉ
ክራር መሰል ሙዚቃ መሳሪያ

de Pauk

ነጋሪት

de Trummeln

ከበሮ

dat Keyboard

በኤሌክትሪክ የሚሰራ ፒኖ

dat Saxophon

የትንፋሽ ሙዚቃ መሳሪያ

de Fleut

ዋሽንት

dat Mikrofoon

የድምፅ ማጉያ

de Deertenpark

የደር እንስሳት ማቆያ

de Ingang
መግቢያ
de Tiger
ነብር
de Käfig
ሳጥን
dat Zebra
የሜዳ አህያ
dat Deertenfoder
የእንስሳ ምግብ
de Panda-Boor
ትልቅ ድብ

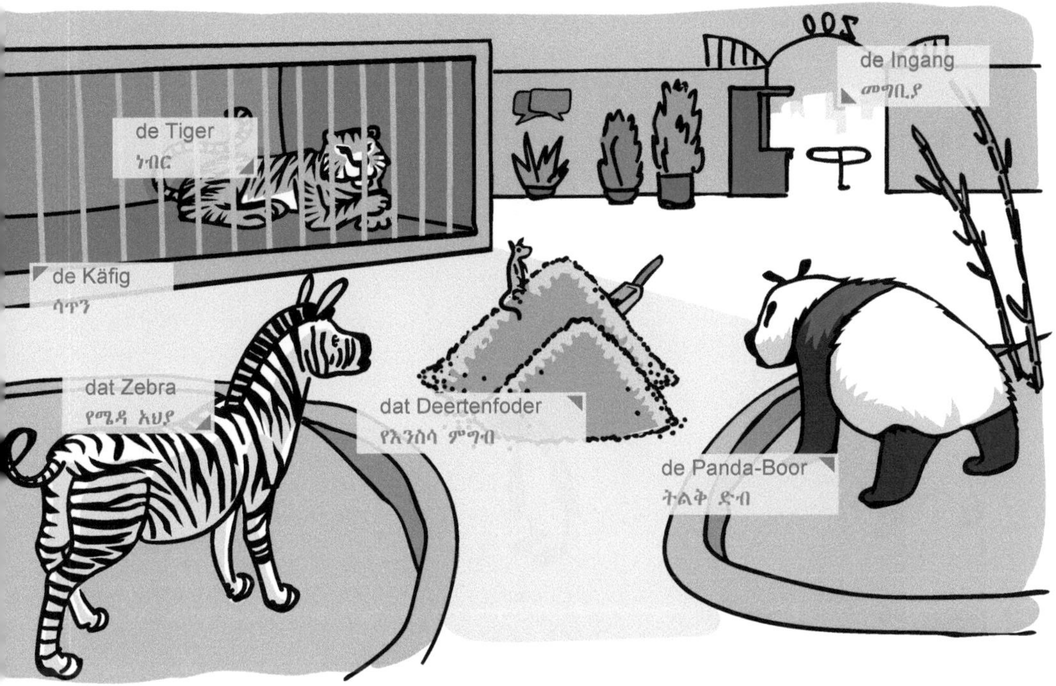

de Deerten

እንስሳቶች

de Elefant

ዝሆን

dat Känguru

ካንጋሮ

dat Neeshoorn

አዉራሪስ

de Gorilla

ትልቅ ዝንጀሮ

de Boor

ድብ

dat Kameel

ግመል

de Struuß

ሰጎን

de Lööv

አንበሳ

de Aap

ጦጣ

de Flamingo

ቅልጥመ ረዥም ወፍ

de Papagoi

በቀቀን

de Iesboor

የወዋልታ ድብ

de Pinguin

የዋልታ ወፎች

de Haifisch

ረጅም ጥርሶች ያሉትአሳ ነባሪ

de Pageluun

ጣዎስ

de Slang

እባብ

dat Krokodil

አዞ

de Oppasser in'n Deertenpark

የዱር አራዊት የሚጠበቁበት ማቆያን የሚጠብቅ

de Saalhund

አሳ በሊታ የባህር እንስሳ

de Jaguor

የዱር ድመት

dat Pony

ድንክ ፈረስ

de Leopard

ነብር

dat Nilpeerd

ጉማሬ

de Giraff

ቀጭኔ

de Aadler

ንስር

dat Wildswien

ከርከሮ

de Fisch

አሳ

de Schildkrööt

የባህር ኤሊ

dat Walross

የባህር አውሬ

de Voss

ቀበሮ

de Gazell

የሜዳ ፍየል ፤ ሚዳቋ

de Sport

የስፖርት አይነቶች

de Amerikaansch Football
የአሜሪካ እግርኳስ
dat Radfohren
የብስክሌት ስፖርት
dat Tennis
ቴኒስ
de Korfball
የቅርጫት ኳስ
dat Swümmen
ዋና
dat Boxen
የቡጢ ስፖርት
dat Ieshockey
የበረዶ ላይ የገና ጨዋታ

de Football

እግር ኳስ

dat Fedderball

የላበ ኳስ ጨዋታ

de Leichtathletik

አትሌቲክስ

de Handball

የእጅ ኳስ ስፖርት

dat Skilopen

የበረዶ መንሸራተት ስፖርት

dat Polo

ፈረስ ግልቢያ

de Aktivitäten
እንቅስቃሴዎች

lachen
መሳቅ
springen
መዝለል
ümarmen
ማቀፍ
gahn
መራመድ
singen
መዘመር
drömen
ህልም ማለም
beden
መፀለይ
snuteln
መሳም

schrieven
መፃፍ

teken
መሳል

wiesen
ማሳየት

drücken
መግፋት

geven
መስጠት

nehmen
መዉሰድ

hebben

መያዝ

doon

ማድረግ

sien

መሆን

stahn

መቆም

lopen

መሮጥ

trecken

መሳብ

smieten

መወርወር

fallen

መዉደቅ

liggen

መዋሸት

töven

መጠበቅ

dregen

መሸከም

sitten

መቀመጥ

antrecken

መልበስ

slapen

መተኛት

opwaken

መንቃት

ankieken

መመልከት

wenen

ማለልቀስ

eien

መጫር

kämmen

ማበጠር

snacken

ማዉራት

verstahn

መረዳት

fragen

ጥያቄ

hören

ማዳመጥ

drinken

መጠጣት

eten

መብላት

oprümen

ማንፃት

leefhebben

ማፍቀር

kaken

ምግብ ማብሰል

fohren

መንዳት

flegen

መብረር

segeln

መርከብ መንዳት

reken

ቁጥሮችን ማስላት

lesen

ማንበብ

lehren

መማር

arbeiden

መስራት

de Plünnen tohoopsmieten

ማግባት

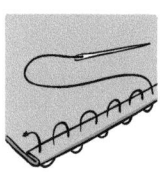

neihen

መስፋት

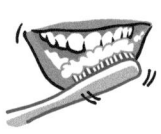

Tähnen putzen

ጥርስ መቦረሽ

dootmaken

መግደል

smöken

ማጨስ

schicken

መላክ

de Familje

ቤተሰብ

e Grootmoder
de Grootvadder
የወንድ አያት
de Vadder
አባት
de Moder
እናት
t Winnelkind
ን
de Dochter
de Söhn
ወንድ ልጅ

de Gast

እንግዳ

de Tant

አክስት

de Unkel

አጎት

de Broder

ወንድም

de Süster

እህት

de Lief

ካል

de Vörkopp
ግንባር
dat Oog
de Schuller
de Finger
ጣት
dat Gesicht
ፊት
dat Kinn
አገጭ
de Hand
እጅ
dat Been
እግር
de Bost
ጡት
de Arm
ክንድ

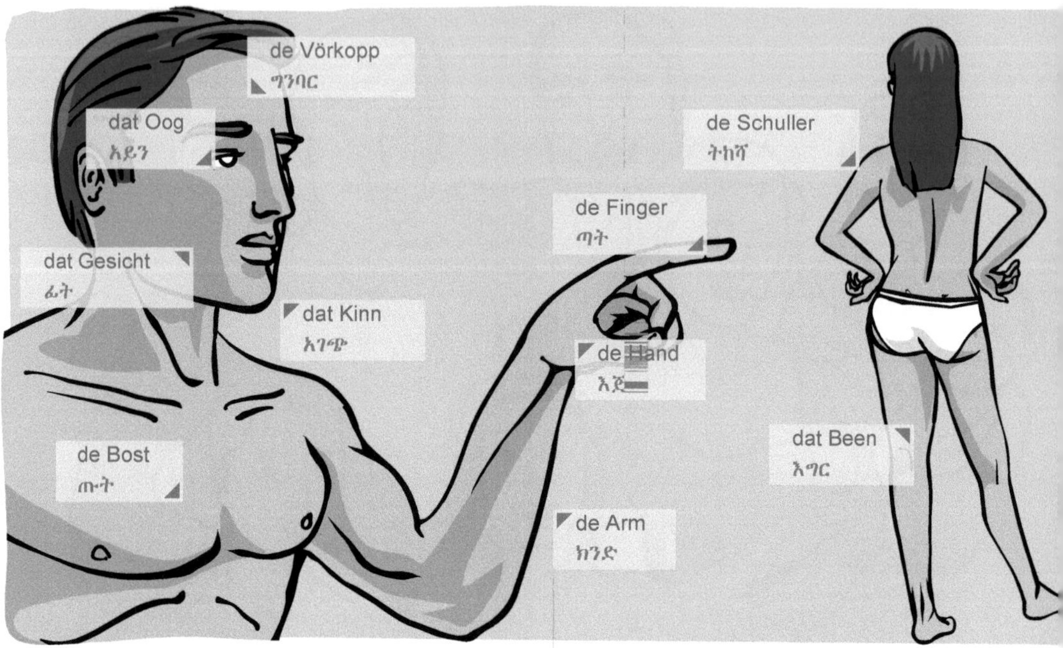

dat Winnelkind

ህፃን

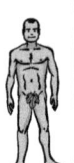

de Mann

ሰዉ

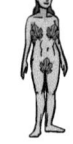

de Fro

ሴት

de Deern

ልጃገረድ

de Jung

ወንድ ልጅ

de Arm

ራስ

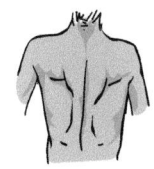

de Rüch

ጀርባ

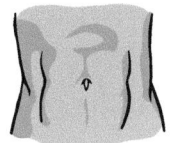

de Buuk

ሆድ

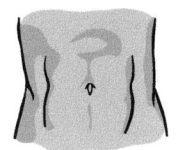

de Navel

እምብርት

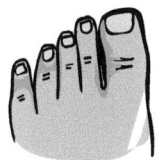

de Teh

የእግር ጣት

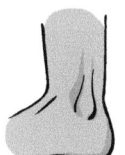

de Hack

ተረከዝ

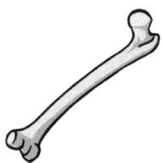

de Knaken

አጥንት

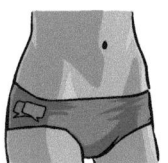

de Hüft

ዳሌ

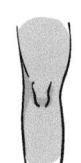

dat Knee

ጉልበት

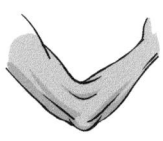

de Ellbagen

ክርን

de Nees

አፍንጫ

de Achtersen

ቂጥ

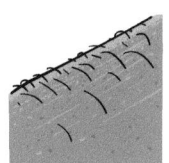

de Huut

ቆዳ

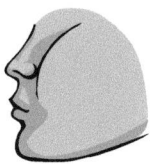

de Back

ጉንጭ

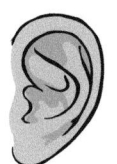

dat Ohr

ጆሮ

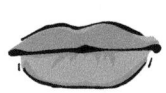

de Lipp

ከንፈር

de Mund

አፍ

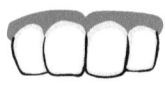

de Tähn

ጥርስ

de Tung

ምላስ

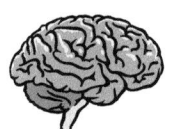

de Bregen

አንጎል

dat Hart

ልብ

de Muskel

ጡንቻ

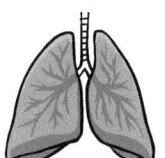

de Lung

ሳምባ

de Lever

ጉበት

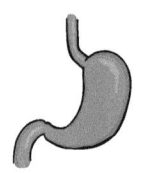

de Maag

ሆድ

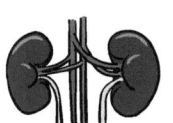

de Neren

ኩላሊቶች

de Bislaap

የግብረስጋ ግንኙነት

dat Kondoom

ኮንዶም

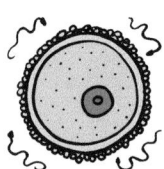

de Eizell

የሴት እንቁላል

dat Sperma

የዘር ፈሳሽ

de Anner Ümstänn

እርግዝና

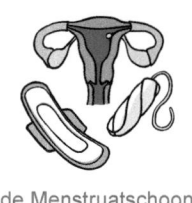

de Menstruatschoon

የወር አበባ

de Scheed

እምስ

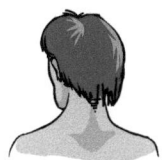

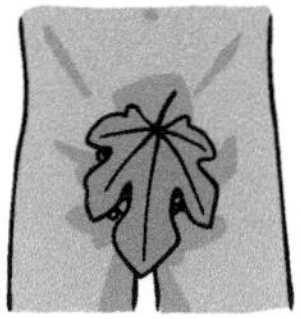

de Pint

ቁላ

de Ogenbroe

ቅንድብ

dat Hoor

ፀጉር

de Hals

አንገት

dat Krankenhuus

ሆስፒታል

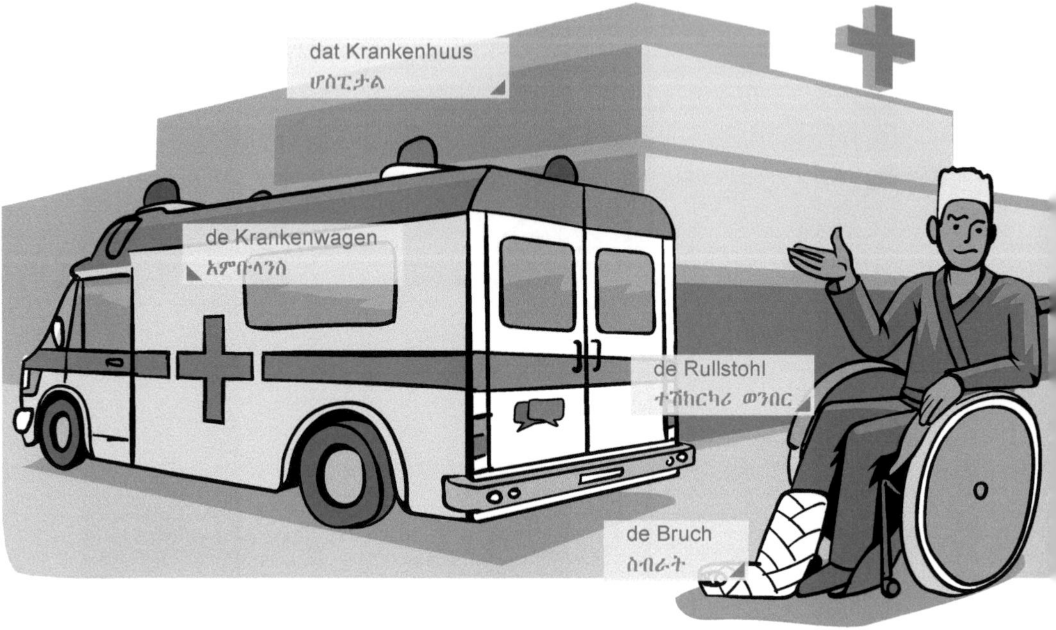

dat Krankenhuus
ሆስፒታል
de Krankenwagen
አምቡላንስ
de Rullstohl
ተሽከርካሪ ወንበር
de Bruch
ስብራት

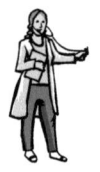

de Dokter

ዶክተር

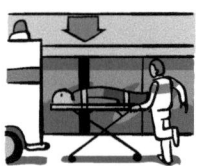

de Nootopnahm

ድንገተኛ ክፍል

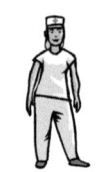

de Krankensüster

ነርስ

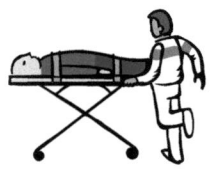

de Nootfall

ድንገተኛ

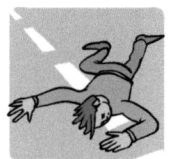

ahnmächtig

ራስን መሳት/ አለማወቅ

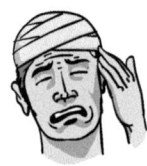

de Wehdaag

ህመም

de Verwunnen

ጉዳት

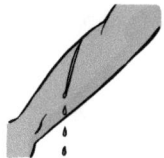

de Blöden

መድማት

de Hartinfarkt

የልብ ድካም

de Slaganfall

ስትሮክ

de Allergie

አለርጂ

de Hoosten

ሳል

dat Fever

ትኩሳት

de Gripp

ኢንፍሎዌንዛ

de Dörchfall

ተቅማጥ

de Koppwehdaag

የራስ ምታት

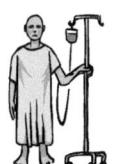

de Kreeft

ካንሰር

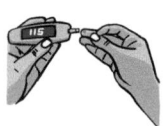

de Zuckersüük

የስኳር በሽታ

de Chirurg

ቀዶ ጠጋኝ ሐኪም

dat Chirurgsch Mess

የቀዶ ጥገና ስለት

de Operatschoon

ቀዶ ጥገና

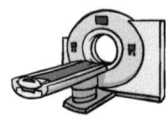

dat CT

ሲቲ

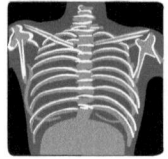

de Dörchlüchten

ኤክስሬዮ

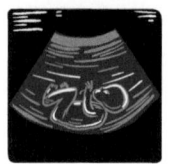

de Ultraschall

አልትራሳዉንድ

de Mask

የፊት ጭምብል

de Krankheit

በሽታ

de Töövruum

መጠበቂያ ክፍል

de Krück

ምርኩዝ

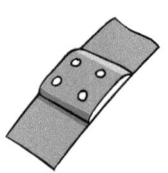

dat Plaaster

የቁስል ማሸጊያ

de Verband

ፋሻ

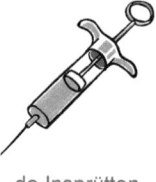

de Insprütten

መርፌ

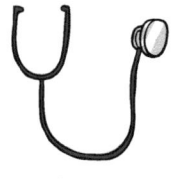

dat Stethoskop

የልብ ምት ማዳመጫ መሳሪያ

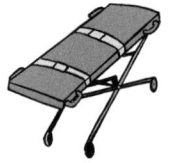

de Draag

የበሽተኛ አልጋ

dat Feverthermometer

የህክምና ሙቀት መለኪያ መሳሪያ

de Geboort

መውለድ

dat Övergewicht

ከልክ ያለፈ ክብደት

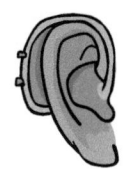

de Höörapparat

ለመስማት የሚረዳ መሳሪያ

dat Kiemfriemiddel

ፀረ ተባይ መድሀኒት

de Ansteken

ማመርቀዝ

de Virus

ቫይረስ

dat HIV / AIDS

ኤች አይቪ. ኤድስ

dat Heelmiddel

ህክምና

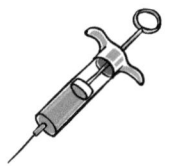

de Impen

ክትባት

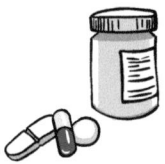

de Tabletten

ኪኒን

de Pill

ኪኒን

de Nootroop

አስቸኳይ የስልክ ጥሪ

de Blootdruck-Meter

ደም ግፊት መቆጣጠሪያ

krank / gesund

ህመም/ ጤንነት

de Nootfall

ድንገተኛ

Hölp!

እርዳታ!

de Alarm

ማንቂያ ደወል

de Överfall

ጥቃት

de Angreep

ድብደባ

de Gefohr

አደጋ

de Nootutgang

የድንገተኛ መዉጫ

dat Füer!

እሳት!

de Füerlöscher

እሳት ማጥፊያ

de Unfall

አደጋ

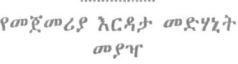

de Noothölpkoffer

የመጀመሪያ እርዳታ መድሃኒት መያዣ

SOS

ነፍስ አድን

de Polizei

ፖሊስ

de Eerd

ምድር

Europa

አዉሮፓ

Noordamerika

ሰሜን አሜሪካ

Süüdamerika

ደቡብ አሜሪካ

Afrika

አፍሪካ

Asien

እስያ

Australien

አዉስትራሊያ

de Atlantik

አትላንቲክ

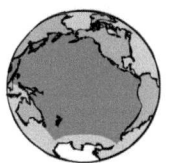

de Pazifik

ፓስፊክ

dat Indisch Weltmeer

የህንድ ዉቅያኖስ

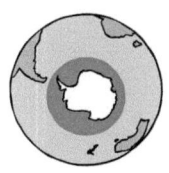

dat Antarktisch Weltmeer

አንታርክቲክ ዉቅያኖስ

dat Arktisch Weltmeer

አርክቲክ ዉቅያኖስ

de Noordpol

ሰሜን ዋልታ

de Süüdpol

ደቡብ ዋልታ

de Antarktis

አንታርክቲካ

de Eerd

ምድር

dat Land

መሬት

de See

ባህር

dat Eiland

ደሴት

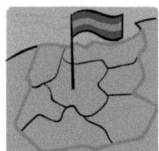

de Natschoon

አገርና ህዝብ

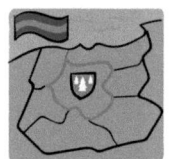

de Staat

መንግስት

de Klock

ሰዓት

dat Tallenblatt

የሰዓት ገፅታ

de Stunnenwieser

ሰዓት

de Minutenwieser

ደቂቃ

de Sekunnenwieser

ሴኮንድ

Wo laat is dat?

ንት ሰዓት ነው?

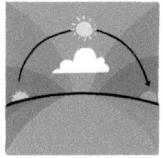

de Dag

ን

de Tiet

ጊዜ

nu

አሁን

de digetaalsch Klock

የቁጥር ሰዐት

de Minuut

ደቂቃ

de Stunn

ሰዓታት

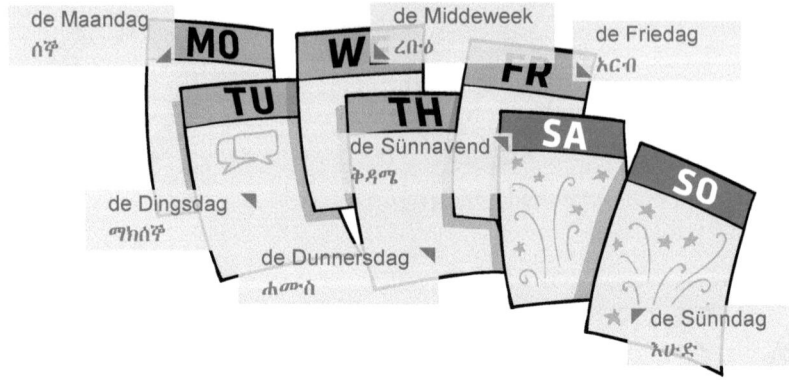

de Week

ሳምንት

de Maandag
ሰኞ
MO
W
de Middeweek
ረቡዕ
de Friedag
FR
TU
TH
de Sünnavend
ቅዳሜ
SA
de Dingsdag
ማክሰኞ
de Dunnersdag
ሐሙስ
de Sünndag
እሁድ

1

güstern

ትላንት

2

hüüt

ዛሬ

3

morgen

ነገ

de Morgen

ማለዳ

de Meddag

ቀትር

de Avend

ምሽት

MO TU WE TH FR SA SU
1 2 3 4 5 6 7
8 9 10 11 12 13 14
15 16 17 18 19 20 21
22 23 24 25 26 27 28
29 30 31 1 2 3 4

de Arbeitsdaag

የስራ ቀናት

MO TU WE TH FR SA SU
1 2 3 4 5 6 7
8 9 10 11 12 13 14
15 16 17 18 19 20 21
22 23 24 25 26 27 28
29 30 31 1 2 3 4

dat Wekenenn

የዕረፍት ቀናት

dat Johr

ዓመት

de Regen
ዝናብ
de Regenbagen
ቀስተ ዳመና
de Snee
ጥጥ የሚመስል አመዳይ
በረዶ
dat Fröhjohr
ፀደይ
de Sommer
በጋ
de Harvst
መኸር
de Winter
ክረምት

4.APRIL 11°
5.APRIL 4°
6.APRIL 13°
7.APRIL 8°
8.APRIL 10°

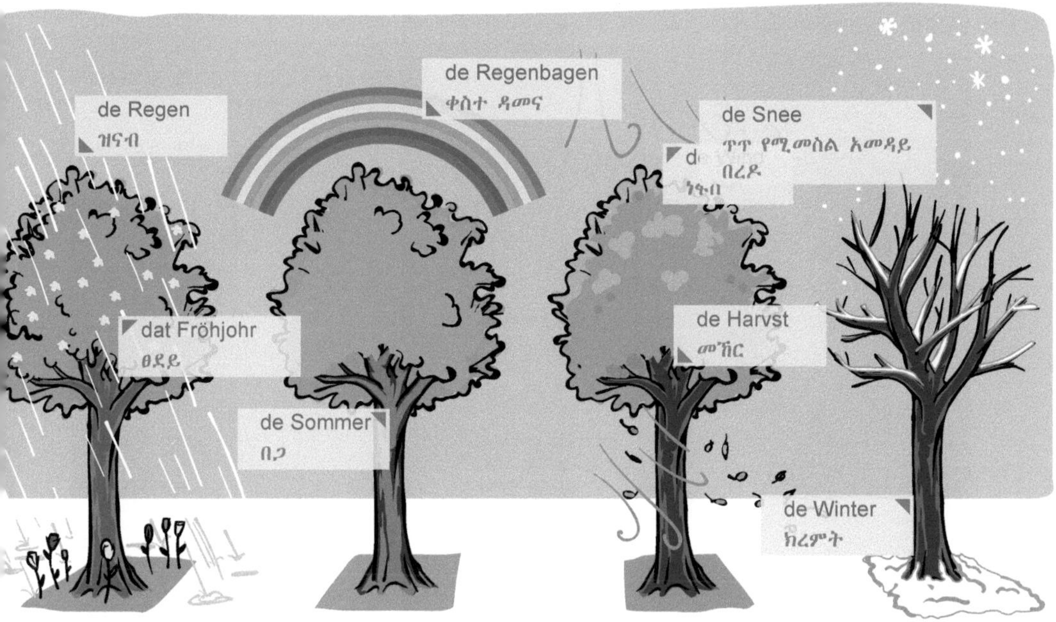

de Wedervörhersaag

....

የአየር ሁኔታ ትንበያ

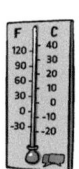

dat Thermometer

....

የሙቀት መለኪያ

de Sünnenschien

....

የፀሀይ ሙቀት

de Wulk

....

ደመና

de Nevel

....

ጭጋግ

de Luftfuchtigkeit

....

እርጥበታማነት

de Blitz

መብረቅ

de Dunner

ነጎድጓድ

de Storm

አዉሎ ንፋስ

de Hagel

የበረዶ ዝናብ

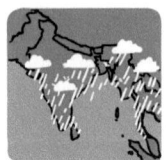

de Monsun

አዉሎ ንፋስ

de Floot

ጎርፍ

dat Ies

በረዶ

de Januormaand

ጥር

de Februormaand

የካቲት

de Martmaand

መጋቢት

de Aprilmaand

ሚያዚያ

de Maimaand

ግንቦት

de Junimaand

ሰኔ

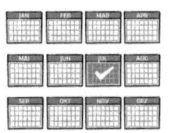

de Julimaand

ሐምሌ

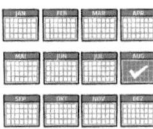

de Augustmaand

ነሀሴ

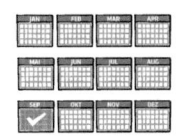

de Septembermaand

መስከረም

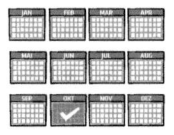

de Oktobermaand

ጥቅምት

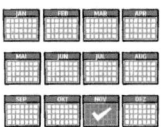

de Novembermaand

ህዳር

de Dezembermaand

ታህሳስ

de Formen

ቅርፆች

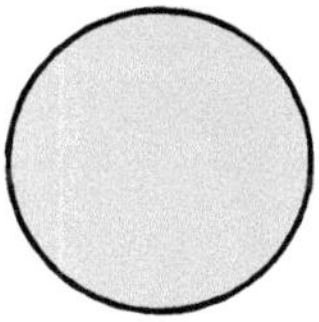

de Krink

ክብ

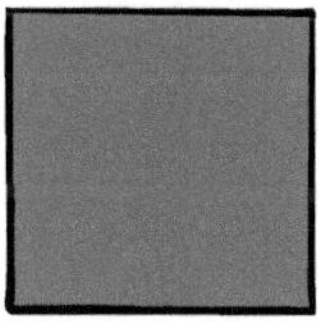

dat Quadrat

አራት ማዕዘን

dat Rechteck

አራት ቀጥተኛ ማዕዘኖች ጎኖች
ያሉት ቅርፅ

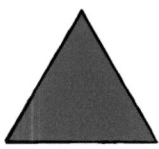

dat Dreeeck

ሶስት ማዕዘን

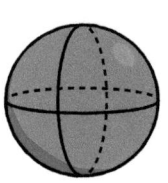

de Kugel

ሉል

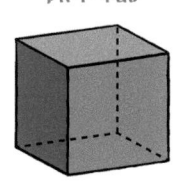

de Wörpel

ስድስት ጎን ያለዉ ቅርፅ

de Farven

ቀለማት

witt

ነጭ

geel

ቢጫ

orangsch

ብርቱካናማ

pink

ሮዝ

root

ቀይ

lila

ወይን ጠጅ

blau

ማያዊ

gröön

ረንጓዴ

bruun

ቡኒ

gries

ግራጫ

swart

ጥቁር

de Gegendelen

ተቃራኒዎች

veel / wenig

ብዙ/ ጥቂት

böös / verdreeglich

ንዴት/ እርጋታ

smuck / mies

ቆንጆ/ አስቀያሚ

de Begünn / dat Enn

ጅማሬ/ ፍፃሜ

groot / lütt

ትልቅ/ ትንሽ

hell / düüster

ደማቅ/ ደብዛዛ

de Broder / de Süster

ወንድም/ እህት

schier / schietig

ንፁህ/ ቆሻሻ

kumpleet / nich kumpleet

የተሟላ/ ያልተሟላ

de Dag / de Nacht

ቀን/ ምሽት

doot / lebennig

የሞተ/ ህያዉ

breet / small

ሰፊ/ ጠባብ

geneetbor / nich geneetbor

....

የሚበላ/ የማይበላ

böös / fründlich

....

ክፉ/ ደግ

fickerig / langwielt

....

ደስተኛ/ ድብርተኛ

dick / dünn

....

ወፍራም/ ቀጭን

toeerst / toletzt

....

መጀመርያ/ መጨረሻ

de Fründ / de Fiend

....

ጓደኛ/ ጠላት

vull / leddig

....

ሙሉ/ ጎዶሎ

hart / week

....

ጠንካራ/ ለስላሳ

swoor / licht

....

ከባድ/ ቀላል

de Smacht / de Döst

....

ረሃብ/ ጥማት

krank / gesund

....

ህመም/ ጤንነት

nich na't Recht / na't Recht

....

ህገወጥ/ ህጋዊ

klook / dummerhaftig

....

ጎበዝ/ ደደብ

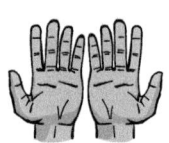

linkerhand / rechterhand

....

ግራ/ ቀኝ

neeg / feern

....

ቅርብ/ ሩቅ

nieg / bruukt

....

አዲስ/ አሮጌ

nix / wat

....

ምንም/ የሆነ ነገር

oolt / jung

....

ሽማግሌ/ ወጣት

an / ut

....

የበራ/ የጠፋ

apen / slaten

....

ክፍት/ ዝግ

lies / luut

....

ፀጥታ/ ጫጫታ

riek / arm

....

ሃብታም/ ደሃ

richtig / verkehrt

....

ትክክለኛ/ የተሳሳተ

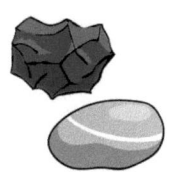

ruug / glatt

....

ሻካራ/ ለስላሳ

trurig / glücklich

....

ሐዘን/ ደስታ

kort / lang

....

አጭር/ ረዥም

suutje / flink

....

ዝግተኛ/ ፈጣን

natt / dröög

....

እርጥብ/ ደረቅ

warm / köhl

....

ሞቃት/ ቀዝቃዛ

de Krieg / de Freden

....

ጦርነት/ ሰላም

de Tallen

ቁጥሮች

0	1	2
null	een	twee
ዜሮ	አንድ	ሁለት
3	4	5
dree	veer	fief
ሶስት	አራት	አምስት
6	7	8
söss	söven	acht
ስድስት	ሰባት	ስምንት
9	10	11
negen	teihn	ölven
ዘጠኝ	አስር	አስራ አንድ

12

twölf

አስራ ሁለት

13

dörteihn

አስራ ሶስት

14

veerteihn

አስራ አራት

15

föffteihn

አስራ አምስት

16

sössteihn

አስራ ስድስት

17

söventeihn

አስራ ሰባት

18

achtteihn

አስራ ሰስምንት

19

negenteihn

አስራ ዘጠኝ

20

twintig

ሃያ

100

hunnert

መቶ

1.000

dusend

ሺህ

1.000.000

million

ሚሊዮን

de Spraken

ቋንቋዎች

dat Engelsch

እንግሊዝኛ

dat Amerikaansch Engelsch

የአሜሪካ እንግሊዝኛ

dat Chineesch Mandarin

የቻይና ማንዳሪን

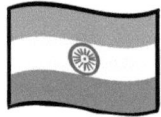

dat Hindi

ሂንዱ

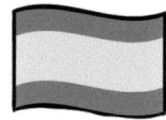

dat Spaansch

ስፓኒሽ

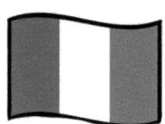

dat Franzöösch

ፍሬንች

dat Araabsch

አረብኛ

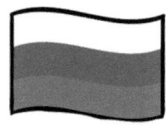

dat Rusch

ራሺያኛ

dat Portugiesch

ፖርቹጊዝ

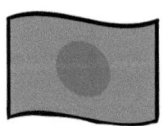

dat Bengaalsch

ቤንጋሊ

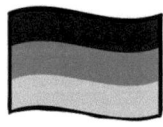

dat Düütsch

ጀርመን

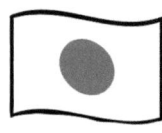

dat Japaansch

ጃፓንኛ

wokeen / wat / wo

ማን/ ምን/ እንዴት

ik

እኔ

du

አንተ

he / se / dat

እሱ/ እርሷ/ እቃዉ

wi

እኛ

ji

አንተ

se

እነርሱ

keen?

ማን?

wat?

ምን?

woans?

እንዴት?

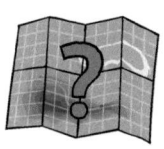

woneem?

የት?

wannehr?

መቼ?

de Naam

ስም

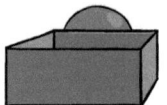

wo

የት

achter

በስተጀርባ

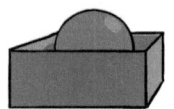

in

ዉስጥ

vör

ከፊት ለፊት

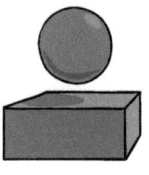

över

ከላይ

op

ላይ

ünner

ከስር

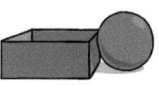

blangen

አጠገብ

twüschen

መሃከል

de Oort

ቦታ